"Bên dưới sự căng thẳng và lo lắng của đời này là những câu hỏi muôn thuở như "Tôi là người tốt phải không? và "Tôi đã làm tốt chưa?". Chúng ve vãn người này, lèo lái người kia và làm kiệt quệ nhiều người trong nỗi chán chường hoặc tuyệt vọng. Trong quyển sách này – dễ đọc cũng như đáng tin cậy – Michael Reeves phơi bày cả gốc rễ của vấn đề và những giải đáp còn mờ mịt của chính chúng ta. Nhưng bằng sự đơn sơ và gần gũi, ông đã chỉ ra giải pháp sẽ làm thay đổi cuộc đời ở trong Phúc Âm của Cơ Đốc giáo. Quyển sách Hòa thuận với Đức Chúa Trời rất súc tích nhưng chứa đựng một sứ điệp đời đời".

Sinclair B. Ferguson, *Giáo sư trưởng môn Thần học Hệ thống, Chủng viện Thần học Cải Chánh; Giáo sư, Mục vụ Ligonier*

"Một chìa khóa nhỏ nhắn có thể mở ra một cách cửa rộng lớn dẫn đến sự tự do. Quyển sách nhỏ của Ts. Reeves, một tác giả tài ba, nắm giữ lời hứa quan trọng của Đức Chúa Trời xưng kẻ có tội là công bình, đây là sự ban cho miễn phí bởi đức tin chỉ nơi Đấng Christ mà thôi. Cầu xin Đức Chúa Trời dùng quyển sách này để đem nhiều người đến sự tự do thuộc linh. Hãy mua thật nhiều quyển sách dễ đọc, được đề xuất cao này và gửi tặng cho người nào chưa tin Chúa, cho người tin Chúa nào còn nghi ngờ về sự cứu rỗi chắc chắn, cho người tin Chúa nào cần để mài giũa lòng tin quyết của họ càng hơn".

Joel R. Beeke, *Chủ tịch, Chủng viện Thần học Cải Chánh Thanh giáo, Grand Rapids, Michigan*

"Có lẽ không có thắc mắc nào lớn hơn bằng câu hỏi "Tôi đã được hòa thuận với Đức Chúa Trời chưa?". Quyển sách hữu ích này sẽ khám phá câu trả lời của Đức Chúa Trời cho chính câu hỏi sống còn này ở trong Kinh Thánh. Tôi mong rằng khi đọc sách này, nhiều người sẽ thấy kinh ngạc trước giáo lý về sự xưng công bình, tôi cũng ước ao nhiều người nữa (kể cả bạn đó) sẽ biết được niềm vui được hòa thuận với Đức Chúa Trời".

Matthew Boswell, *Nhạc sĩ Thánh ca; Mục sư, Hội thánh Trails, Celina, Texas*

CÁC SÁCH KHÁC CỦA MICHAEL REEVES

Mục vụ Đích thực: Phục vụ bằng tấm lòng

Kính sợ Chúa là gì?

Điều gì thúc đẩy công tác truyền giáo của Hội thánh?

Vui sống cầu nguyện: Thực hành đức tin

HÒA THUẬN VỚI ĐỨC CHÚA TRỜI

HÒA THUẬN VỚI ĐỨC CHÚA TRỜI

MICHAEL REEVES

CHUYỂN NGỮ
MỤC VỤ TIÊN PHONG

TIÊN PHONG

MỤC LỤC

Lời tựa   11

1. Tình yêu thương trả tự do   15
2. Sự xưng công bình thay đổi mọi sự   21
3. Mặc áo mới   27
4. Sự hoán đổi ngoạn mục   35
5. Đúng, nhưng . . . chúng ta giải thích việc
   làm và đức tin như thế nào?   41
6. Đúng, nhưng . . . chúng ta có thể miệt mài
   trong tội lỗi chăng?   45
7. Đúng, nhưng . . . tôi có thể biết chắc sao?   49
8. "Ha-lê-lu-gia! Cứu Chúa tuyệt vời!"   55

Tài liệu tham khảo   59
Tác giả   61
Mục vụ Union   63
Mục vụ Tiên Phong   65

LỜI TỰA
BỘ SÁCH THIẾT YẾU

Bộ sách đơn sơ này giới thiệu những lẽ thật thiết yếu, không nhượng bộ của Phúc Âm.

Đó là gì? Đây là cách sứ đồ Phao-lô nói về Phúc Âm trong câu mở đầu thư tín gửi cho Hội thánh tại thành Rô-ma của ông:

> Phao-lô, tôi tớ của Đức Chúa Jêsus Christ, được gọi làm sứ đồ, để riêng ra đặng giảng Tin lành Đức Chúa Trời, là Tin lành xưa kia Đức Chúa Trời đã dùng các đấng tiên tri Ngài mà hứa trong Kinh thánh, về Con Ngài, theo xác thịt thì bởi dòng dõi vua Đa-vít sanh ra, theo thần linh của thánh đức, thì bởi sự sống lại của Ngài từ trong kẻ chết, được tỏ ra là Con Đức Chúa Trời có quyền phép, tức là Đức Chúa Jêsus Christ, Chúa chúng ta. (Rô-ma 1:1–4)

Đối với sứ đồ Phao-lô, Phúc Âm là sứ điệp tôn cao Đức

Chúa Trời: đó là "Phúc Âm của Đức Chúa Trời". Đó là sứ điệp của Ba ngôi Đức Chúa Trời: Cha bày tỏ Con trong quyền phép của Thánh Linh. Đó là sứ điệp theo Kinh Thánh: tuyên bố "theo lời Kinh Thánh". Sứ điệp này nói về Đấng Christ, Con Đức Chúa Trời, và công tác cứu chuộc của Ngài. Đây là sứ điệp có sự hiệu nghiệm ở trong quyền phép tái sinh của Thánh Linh. Nói cách khác, Phúc Âm của Cơ Đốc giáo là Tin lành về Cha, Con và Thánh Linh, và là công tác của Cha, Con và Thánh Linh, trong sự mặc khải, sự cứu chuộc và sự tái sinh.

Những lẽ thật này đều liên quan với nhau, chúng cùng nhau hình thành nên Tin lành đẹp đẽ, theo Kinh Thánh, của Ba ngôi, tôn cao Đấng Christ và đầy dẫy quyền phép của Thánh Linh. Bộ sách này sẽ giới thiệu, và đánh thức độc giả, về Phúc Âm này. Mười quyển sách rất súc tích này bao quát những khía cạnh rất căn bản của Phúc Âm, như hai hình tròn bên trong biểu đồ.

Mỗi sách sẽ tự giới thiệu khía cạnh của mình, nhưng mục tiêu của bộ sách này không chỉ truyền đạt nội dung. Sau cùng, Phúc Âm không chỉ là sự mặc khải. Mà sự mặc khải ấy mang lại sự cứu chuộc và sự tái sinh. Vậy, tôi mong rằng bạn sẽ được biến đổi khi đọc sách và được kéo đến để thờ phượng và vui hưởng "Tin lành vinh hiển của Đức Chúa Trời hạnh phước" (1 Ti-mô-thê 1:11).

Michael Reeves
Chủ biên

CHƯƠNG 1
TÌNH YÊU THƯƠNG TRẢ TỰ DO

Bạn sẽ làm gì để thuyết phục người khác yêu thương và chấp nhận mình? Không phải bạn sẽ trở thành một người có vẻ đẹp cuốn hút sao? Bạn khiến mình trở thành một người đáng yêu và dễ thương. Đó là những điều quảng cáo nói với chúng ta; một giọng điệu không biết mệt mỏi trên mạng xã hội.

Đức Chúa Trời lại muốn điều ngược lại. Đối với Đức Chúa Trời, những kẻ thất bại, tan vỡ "mới cuốn hút vì họ được yêu; họ không được yêu vì họ thật cuốn hút" (như Martin Luther nói). Nói cách khác, Đức Chúa Trời không yêu loài người vì họ đã tự tìm ra cách giải quyết: Chúa yêu những thất bại, chính tình yêu đó khiến họ trở nên hấp dẫn. Đây là một quyển sách nhỏ về sự hòa thuận với Đức Chúa Trời. Một quyển sách chú trọng vào Tin lành của Cơ Đốc nhân: sự xưng công bình.

Có một lời chứng nhất quán trong nhiều thế kỷ: người

nào đến với chân lý này tức là đã tìm thấy sự tự do ngọt ngào đến khó tả. William Tyndale đã gọi nó là "những cảm giác vui vẻ, sung sướng và mừng rỡ, khiến tấm lòng của con người thấy vui và cất tiếng hát, nhảy múa và nhảy cỡn lên". Thomas Bilney cảm thấy "một sự yên ủi và bình yên đến lạ lùng, đến nỗi xương cốt đầy thương tích của tôi cũng nhảy cỡn lên". Charles Wesley hát lên rằng: "Xiềng tôi tan biến, lòng được nghỉ yên; chân nay đứng dậy, bước theo Ngài đây".

Rất mong bạn sẽ biết được sự tự do như thế ngày hôm nay, nếu bạn chưa từng kinh nghiệm điều đó.

VÀO BA-RA-ĐI – NHƯ THẾ NÀO?

Khi còn trẻ, Martin Luther không hề biết cách hòa thuận với Đức Chúa Trời, ông cảm thấy khổ sở. Dẫu vậy, đó không phải là lỗi của ông: ông đã được dạy với niềm tin cho rằng để làm hòa với Đức Chúa Trời thì phải cải thiện bề trong. Tức là Đức Chúa Trời sẽ ban ân điển của Ngài ở trong lòng của chúng ta, khiến nó nên thánh từng chút một cho đến khi xứng đáng vào thiên quốc, công bình thêm chút nữa (hoặc "*được công bình*"). Sự dạy dỗ đó không có ý khiến ông thấy khổ sở – mà ngược lại là đằng khác! "Đức Chúa Trời sẽ không từ chối ban ân điển cho kẻ nào cố gắng hết sức", đó là lời dạy dỗ của một nhà thần học. Nhưng Luther vẫn không dám chắc: Ông đã làm hết sức chưa? Ông đã "được xưng công bình" hoặc được cải thiện đủ chưa để xứng đáng vào thiên quốc? Chuyện gì sẽ xảy ra nếu ông bất ngờ qua đời?

Ông có đủ sự công bình để vào thiên quốc chăng?

"TÔI SẼ TRỞ THÀNH MỘT LINH MỤC"

Đức tin của Luther được thử nghiệm khi ông được hai mươi mốt tuổi đang trên đường đến trường Đại học của mình. Đột nhiên một cơn bão lớn xảy ra, tiếng sét đánh xung quanh ông. Vì sợ chết và không biết số phận của mình sẽ như thế nào, ông đã kêu lên rằng: "Thánh Anne, xin giúp tôi! Tôi sẽ trở thành một linh mục!" Ông không dám kêu cầu cùng Đức Chúa Trời, vì một Đức Chúa Trời thánh khiết sẽ lắng nghe một tội nhân như ông sao? Thế là ông đã cầu nguyện với thánh Anne, là mẹ của bà Ma-ri, với hy vọng bà ta sẽ nói tốt với Ma-ri và đức mẹ Ma-ri sẽ nói tốt với Chúa Jêsus về việc của ông.

Vậy, Martin trẻ tuổi, sống sót qua cơn bão, đã bắt đầu làm linh mục. Một mặt thì ông thích lắm. Nỗi sợ lớn nhất của ông là cái chết và đứng trước mặt Đức Chúa Trời, là Quan Án của ông. Nhưng trở thành một linh mục đã cho ông có được cái ông đã nhìn thấy là một cơ hội quý như vàng: ông có thể được ơn ở trước mặt Đức Chúa Trời và hy vọng sẽ được Chúa thương yêu hơn.

Ông đã lao đầu vào. Mỗi vài giờ, ông ra khỏi cái phòng tu viện bé tẹo để đến nhà thờ, bắt đầu với nhiều giờ đọc kinh vào nửa đêm, rồi một giờ đọc kinh nữa vào lúc sáu giờ sáng, chín giờ sáng, mười hai giờ trưa và nhiều giờ sau đó nữa. Ông thường không ăn bán hoặc uống nước ba ngày một lần, ông còn sẵn sàng bị chết cóng vào mùa đông với hy vọng sẽ làm đẹp lòng Đức Chúa Trời. Ông đã dốc hết sức ăn năn xưng tội, mất đến sáu giờ đồng hồ để liệt kê ra hết những tội lỗi gần đây nhất của mình.

"NHƯNG TÔI VẪN CHƯA ĐỦ TỐT?"

Nhưng Luther càng làm như vậy, ông càng thấy bối rối nhiều hơn. Ông có trung tín đủ chưa? Ông có động cơ đúng chăng? Luther thấy bản thân chìm sâu vào sự tự tra xét mình. Ông bắt đầu cảm thấy đạo đức dơ bẩn của mình và không muốn đến cùng Đức Chúa Trời còn sâu thẳm hơn cả cách cư xử của mình. Ông đã thấy chính mình là một người cong vẹo và ích kỷ. Mọi việc lành và thái độ tôn giáo của ông chỉ đang che giấu cho nan đề, chứ không giải quyết được gì cả. Tệ hơn nữa là linh mục Luther đang trên đường đến gặp Đức Chúa Trời tàn bạo đòi hỏi sự hoàn hảo và chẳng có gì ngoài sự trừng phạt. Ông đã viết sau này rằng: "Mặc dù tôi sống như một linh mục không chỗ trách được, tôi thấy mình là một tội nhân ở trước mặt Đức Chúa Trời đang bị cáo trách lương tâm không ngừng nghỉ. Đúng vậy, tôi không thích, mà tôi rất ghét Đức Chúa Trời công bình luôn trừng phạt tội nhân, trong thâm tâm, nghe có vẻ láo xược, cũng có khí thì thầm rất lớn rằng: tôi rất ghét Đức Chúa Trời".

Trong chỗ tối tăm mờ mịt đó, ông đã tìm thấy một khám phá vô cùng hạnh phúc.

"TÔI BẮT ĐẦU HIỂU RA"

Khi nghiên cứu Kinh Thánh ở trong buồng của mình, Luther đang cố gắng tìm hiểu sứ đồ Phao-lô muốn nói gì khi ông viết trong thư tín Rô-ma rằng:

> Vì trong Tin lành nầy có bày tỏ sự công bình của Đức Chúa Trời, bởi đức tin mà được, lại dẫn đến đức tin nữa, như có chép rằng: Người công bình sẽ sống bởi đức tin" (Rô-ma 1:17)

Cái gì vậy? "Sự công bình của Đức Chúa Trời" là gì chứ? Có phải Đức Chúa Trời là công bình, còn tôi thì không, vậy tôi không thể ở với Ngài phải không? Đó là suy nghĩ của Luther. Nhưng "cuối cùng", ông đã viết rằng:

> Tôi đã hiểu rằng sự công bình của Đức Chúa Trời tức là người công bình sống bởi *sự ban cho* của Đức Chúa Trời, tức là đức tin.

"CHÚA ĐÃ YÊU TÔI TRƯỚC"

Sự nhận biết này đã thay đổi mọi sự. Cả thế giới của Luther bị đảo lộn. Ông đã nhìn thấy Đức Chúa Trời không hề yêu cầu chúng ta *làm việc* để được Chúa yêu và chấp nhận. Sự công bình của Đức Chúa Trời là *sự ban cho* của Đức Chúa Trời. Khi Đức Chúa Trời tiếp nhận chúng ta, thì sự tha thứ và sự hòa thuận với Ngài đều được tiếp nhận

19

chỉ bởi đức tin hoặ sự tin cậy. Chúng ta không làm việc để nhận được ân điển của Đức Chúa Trời.

Những điều Luther đã tìm thấy trong Kinh Thánh là Tin lành: một Đức Chúa Trời nhân từ và rộng lượng không yêu cầu loài người phải tốt đẹp thì mới được Chúa yêu thương, nhưng Đức Chúa Trời đã yêu chúng ta trước. Thay vì nhờ cậy vào nỗ lực riêng của mình, thì Luther đã thấy rằng ông có thể đón nhận lời hứa của Đức Chúa Trời. Sau đó, hết thảy bối rối và lo lắng của ông đều được thay bằng lòng tin quyết và sự bình an. Luther đã nói cách say mê rằng: "Tôi thấy mình được tái sinh và bước vào nơi ba-ra-đi qua nhiều cánh cổng mở toang".

CÂU HỎI SUY GẪM

1. Quảng cáo và mạng xã hội mô tả sự thu hút khác với tình yêu thương thật như thế nào?
2. Tình yêu thương của Đức Chúa Trời đối với kẻ thất bại và tan vỡ quan trọng như thế nào?
3. Các sử giả như William Tyndale, Thomas Bilney và Charles Wesley mô tả trải nghiệm của họ về sự xưng công bình như thế nào?
4. Những biến đổi về mặt cảm xúc và thuộc linh được mô tả là kết quả từ việc thấu hiểu và tiếp nhận chân lý về sự xưng công bình là gì?

CHƯƠNG 2
SỰ XƯNG CÔNG BÌNH THAY
ĐỔI MỌI SỰ

Martin Luther được biến đổi khi ông đọc thư tín Rô-ma. Hãy đi sâu vào thư tín này một chút để tìm hiểu thêm.

Thư tín của sứ đồ Phao-lô gửi cho người Rô-ma là sự hiểu biết trọng tâm của sứ đồ về việc làm thế nào để được hòa thuận với Đức Chúa Trời. Trong ba chương đầu tiên, sứ đồ Phao-lô nói rằng cả loài người – tức là chúng ta – đều đã phạm tội và đáng bị Đức Chúa Trời định tội chết. "Chẳng có một người công bình nào hết, dẫu một người cũng không" (Rô-ma 3:10).

Nhưng chờ đã, còn điều này nữa:

Vì mọi người đều đã phạm tội, thiếu mất sự vinh hiển của Đức Chúa Trời, và họ nhờ ân điển Ngài mà được xưng công bình nhưng không, bởi sự chuộc tội đã làm trọn trong Đức Chúa Jêsus Christ. (Rô-ma 3:23–24)

Vậy, sứ đồ Phao-lô muốn nói gì khi dùng cụm từ "được xưng công bình"? Trong Rô-ma 4, ông giải thích thêm khi để cập đến Áp-ra-ham – tổ phụ của những người có đức tin:

> Vậy, chúng ta sẽ nói Áp-ra-ham, tổ phụ chúng ta, theo xác thịt đã được ích gì? Thật thế, nếu Áp-ra-ham đã được xưng công bình bởi việc làm, thì có cớ khoe mình; nhưng trước mặt Đức Chúa Trời không có như vậy. Vì Kinh thánh có dạy chi? Áp-ra-ham tin Đức Chúa Trời, và điều đó kể là công bình cho người. Và, đối với kẻ nào làm việc, thì tiền công không kể là ơn, nhưng kể như là nợ, còn kẻ chẳng làm việc chi hết, nhưng tin Đấng xưng người có tội là công bình, thì đức tin của kẻ ấy kể là công bình cho mình. Ấy vậy, vua Đa-vít cũng tỏ ra cái phước của người mà Đức Chúa Trời kể cho là công bình chẳng bởi việc làm, mà rằng: Phước thay cho kẻ, lỗi mình được tha thứ, tội mình được che đậy! Phước thay cho người mà Chúa chẳng kể tội lỗi cho! (c.1–8)

Áp-ra-ham chẳng có gì để khoe mình. Ông không được Đức Chúa Trời kể là công bình vì ông đã tự cho mình có sự công bình riêng. Thay vào đó, Đức Chúa Trời đã cho thấy chính Chúa mới là Đấng "xưng *người có tội* là công bình" (c.5). Thay vì Áp-ra-ham được xưng công bình bởi việc làm, như Sáng thế ký 15:6 (được ghi trong c.3 ở trên) cho chúng ta biết rằng ông "tin Đức Chúa Trời" và điều đó *kể* là công bình cho người. Vậy, được xưng công bình có nghĩa là một tội nhân được Đức Chúa Trời giàu ân điển tuyên bố là "công bình". Tức là một người được *tuyên bố* là công bình, chứ không chậm rãi được biến đổi *trở nên* công bình. Được xưng công bình không bao giờ có nghĩa là "trở nên công bình *hơn*". Sau cùng, "sự xưng công bình" là một thuật ngữ của luật pháp, một thứ ngôn ngữ được các thẩm phán dùng để tuyên bố "có tội" hoặc "vô tội".

Hoặc là hãy nghĩ đến cách chúng ta dùng từ ngữ mỗi ngày. Thí dụ như cha bắt gặp bạn đang làm một việc bất thường. Vì ông là người không thiên vị, nên ông đã nói rằng: "Con đang làm gì đó? Hãy cho cha biết con đang làm gì ở đó?" Ông đang hỏi gì vậy? Ông không yêu cầu bạn quay ngược lại thời gian và cải thiện điều bạn đã làm. Đó không phải là "giải thích". Ông đang yêu cầu bạn hãy bênh vực cho hành động của mình, để chứng minh rằng việc làm của bạn là đúng đắn và hợp lý ngay cả khi mọi chuyện không như người khác nghĩ. Sự xưng công bình là một đánh giá, một tuyên bố, một phán quyết.

Ở trong Kinh Thánh cũng vậy. Chúng ta được xưng công bình khi Đức Chúa Trời tuyên bố một phán quyết về một người nào đó là công bình ở trước mặt Ngài. Trong Kinh Thánh, người công bình không phải là người làm nhiều việc lành hoặc chưa từng phạm tội bao giờ. Sứ đồ Phao-lô viết rằng "còn *kẻ chẳng làm việc chi hết*, nhưng tin Đấng xưng người có tội là công bình, thì đức tin của kẻ ấy kể là công bình cho mình" (c.5). Người công bình không phải là người hoàn hảo, mà là tội nhân đã được Đức Chúa Trời tuyên bố là "công bình". Sự xưng công bình là "phước của người mà Đức Chúa Trời kể cho là công bình chẳng bởi việc làm" (c.6).

Sứ đồ Phao-lô liền nói tiếp để làm rõ quan điểm của ông từ lời lẽ của Đa-vít trong Thi thiên 32 rằng:

Phước thay cho người nào được tha sự vi phạm mình, được khỏa lấp tội lỗi mình! Phước thay cho người nào Đức Giê-hô-va không kể gian ác cho. (c.7–8, trích từ Thi thiên 32:1–2)

Đa-vít đã thấy một người được phước không phải là người không có tội. Một người được phước là người được "khỏa lấp" tội lỗi mình và Đức Giê-hô-va không kể gian ác cho.

Tôi đã thấy lần đầu tiên trong đời khi Đấng Christ gánh thay sự gian ác của tôi; Chúa đã chịu hết mọi sự nhơ nhuốc của tôi. Mọi sự gian ác đổ trên đầu vô tội của Ngài, Chúa đã sẵn lòng đón nhận những điều đó để tôi được trả tự do.

Tôi không hổ thẹn khi thừa nhận rằng chính tình yêu hy sinh ấy đã làm tan vỡ trái tim tôi. Tôi nghĩ mình cứng cỏi lắm. Nhưng tôi đã khóc.

Michael Green
Niềm vui khôn xiết: Suy gẫm của một nhà truyền đạo

CÂU HỎI SUY GẪM

1. Làm thế nào đọc sách Rô-ma đã ảnh hưởng đến sự hiểu biết của Martin Luther về việc được hòa thuận với Đức Chúa Trời?

2. Sứ điệp quan trọng mà sứ đồ Phao-lô truyền đạt trong ba chương đầu tiên của thư tín Rô-ma nói về tội lỗi của nhân loại và sự định tội là gì?

3. Sứ đồ Phao-lô dùng thí dụ về Áp-ra-ham để giải thích "sự xưng công bình" trong Rô-ma 4 như thế nào?

4. Thuật ngữ "sự xưng công bình" có nghĩa là gì theo Kinh Thánh? Điều này khác với việc trở nên công bình bằng việc làm như thế nào?

5. Sứ đồ Phao-lô dùng Thi thiên 32 của Đa-vít để củng cố cho lập luận của ông về sự xưng công bình bởi đức tin khác với việc làm như thế nào?

CHƯƠNG 3
MẶC ÁO MỚI

Nhưng làm thế nào được? Làm thế nào Đức Chúa Trời có thể xưng kẻ có tội là "công bình"? Câu trả lời thật đơn giản nhưng rất sâu sắc: chỉ trong Đấng Christ.

Trên thập tự giá, Chúa Jêsus đã chết thay vì tội lỗi của chúng ta. Hãy dừng lại để suy nghĩ về điều này – đây là vấn đề rất cá nhân. Hễ ai tin Ngài đều là chi thể trong thân thể của Ngài và kinh nghiệm những điều đã xảy ra với thân thể đó. *Chúng ta đã đồng chết với Ngài.* Thân phận trước đây của chúng ta đã bị đóng đinh và bị chôn với Đấng Christ rồi (Cô-lô-se 2:12; Rô-ma 6:3). Sự chết của Ngài, không phải tội lỗi của chúng ta, bây giờ là quá khứ của chúng ta.

Nhưng, sau thập tự giá, sự công bình ở trong Ngài còn dư dật hơn tội lỗi ở trong chúng ta, Chúa đã gánh thay tội lỗi của chúng ta một lần, sự chết không thể cầm giữ được Ngài. Chúa đã đem tội lỗi và sự chết đến chỗ chết, sự chết không có quyền ở trên Ngài nữa. Khi Con đã bày tỏ tình yêu thương của Ngài cách không chỗ trách được, thì Cha không để cho Con yêu dấu Ngài ở trong sự chết. Vậy, Chúa đã "xưng công bình" cho Ngài, tuyên bố Ngài là Đấng sống (1 Ti-mô-thê 3:16).

Khi Đấng Christ được Cha xưng công bình và tuyên bố là Đấng sống, thì Chúa đã "sống lại *vì sự xưng công bình của chúng ta*" (Rô-ma 4:25). Chúa đã trở nên "sự công bình của chúng ta" (1 Cô-rinh-tô 1:30; cũng xem Giê-rê-mi 23:6). Tất cả người tin Chúa – là những chi thể trong thân thể của Ngài – cùng dự phần trong sự sống được xưng công bình mà Ngài đã nhận được vào buổi sáng Phục sinh. Như vậy, *chúng ta* được ban cho sự sống mới ở trong Ngài và trở nên sự công bình của Đức Chúa Trời (2 Cô-rinh-tô. 5:21).

Đó là lý do vì sao sứ đồ Phao-lô đã viết rằng ông muốn "được Đấng Christ và được ở *trong Ngài*, được sự công bình, không phải công bình của tôi bởi luật pháp mà đến, bèn là bởi tin đến Đấng Christ mà được, tức là công bình đến bởi Đức Chúa Trời và đã lập lên trên đức tin" (Phi-líp 3:8–9). Ông đã thấy sự công bình của Đấng Christ giống như chúng ta được mặc áo vậy. Chúng ta cố gắng ăn diện ở trước mặt Đức Chúa Trời bằng sự công bình riêng của lá cây, nhưng Chúa mặc sự công bình của Đấng Christ cách tử tế và đàng hoàng cho chúng ta. Vậy, chúng ta mặc lấy Đấng Christ để đến trước mặt Cha.

Nhà Cải Chánh người Pháp tên là John Calvin đã dùng câu chuyện về Gia-cốp để minh họa vấn đề này như sau:

chính [Gia-cốp] không xứng đáng có quyền làm con trưởng nam, giả bộ mặc quần áo của anh mình, để có được mùi hương quen thuộc [Sáng thế ký 27:27], ông tự khiến mình được cha ưu ái, hầu cho nhận được phước hạnh khi giả bộ làm con trưởng nam. Chúng ta cũng giấu mình ở trong sự thánh khiết quý báu của người anh cả là Đấng Christ, hầu cho chúng ta trở nên công bình ở trước mặt Đức Chúa Trời ... Đây là chân lý, vì nếu muốn được cứu rỗi ở trước mặt Đức Chúa Trời thì chúng ta phải có mùi hương của Ngài, sự bại hoại của chúng ta phải được che đậy và bị chôn ở trong sự hoàn hảo của Ngài.

Calvin đã quay trở lại với đề tài trong Kinh Thánh được tìm thấy ở vườn Ê-đen. A-đam và Ê-va đã tự lấy lá cây và đóng khố che thân (Sáng thế ký 3:7), nhưng Đức Chúa Trời nhân từ đã lấy da của con thú bị giết đầu tiên kết thành áo dài và mặc cho họ (Sáng thế ký 3:21). Vậy, chúng ta không cần tự che thân mình bằng nỗ lực riêng để đến trước mặt Đức Chúa Trời: chúng ta có thể mặc lấy sự công bình hoàn hảo của Đấng Christ để đến trước mặt Đức Chúa Trời. Được xưng công bình có nghĩa là không đến trước mặt Đức Chúa Trời bằng sự công bình riêng của mình, mà bằng sự công bình của người anh cả công bình.

Có người phản đối điều này, họ cãi rằng sự công bình không thể chuyển giao từ người này sang người kia được. Nhưng Cơ Đốc nhân không hề liên tưởng đến việc Chúa Jêsus làm cho sự công bình của Ngài trôi cách bềnh bồng xuyên không gian và thời gian ở trên chúng ta đâu. Chúng ta được mặc lấy sự công bình của Ngài vì chúng ta thực sự ở *trong Ngài.* Giống như Calvin nói rằng:

> Vì thế, chúng ta không ngắm nhìn [Đấng Christ] từ đằng xa để sự công bình của Ngài khoác lên người của chúng ta, mà vì chúng ta mặc lấy Đấng Christ và được ghép vào trong thân thể của Ngài – nói ngắn gọn là vì Chúa đoán thương nên khiến chúng ta hiệp làm một với Ngài.

Điều này nghe hay hơn ý tưởng đơn sơ cho rằng sự xưng công bình là Đức Chúa Trời đoái đến tôi "như tôi chưa từng phạm tội". Cách chơi chữ này thoạt nghe có rất hay. Khi tôi đặt niềm tin nơi Đấng Christ, tôi biết ơn Chúa vì mình được tha thứ, được tẩy sạch hoàn toàn.

Nhưng ngay cả khi tôi đã được tha thứ, tôi vẫn không ngừng phạm tội. Cuộc đời của tôi đã có sự dơ dáy. Thế thì sao? Tôi có cần Đức Chúa Trời xưng công bình cho mình *lần nữa* chăng?

Chính suy nghĩ "được xưng công bình lần nữa" cho thấy tôi vẫn chưa hoàn toàn đón nhận thân phận mới là *người công bình ở trong Đấng Christ.* Sự công bình của tôi chưa từng và không hề dựa vào hành vi, cảm xúc, hoặc sự trung kiên của mình đâu; mà *Đấng Christ* chính là sự công bình của tôi (1 Cô-rinh-tô 1:30). Chúa là thân phận và địa vị của tôi ở trước mặt Đức Chúa Trời – hôm qua, hôm nay và mãi mai không hề thay đổi (Hê-bơ-rơ 13:8). Tội lỗi hiện tại của tôi có thể và sẽ cản trở *niềm vui* trong đời sống Cơ

Đốc của tôi, nhưng nó không thể thay đổi thân phận của tôi ở trong Ngài được.

Điều tuyệt vời này giải cứu chúng ta khỏi sự tự tin tàn ác đang được xã hội này cổ xúy. Tất nhiên, sự tự tin nghe có vẻ rất hay vì nó kích thích cái tôi của chúng ta. Nhưng bạn sẽ là một con quay bị lèo lái theo cảm xúc nếu nghĩ rằng mình cần phải có sự tự tin ở trước mặt Đức Chúa Trời. Ngày hôm nay bạn thấy tự tin hẳn vì đã cầu nguyện và cảm thấy khỏe khoắn; ngày hôm sau bạn thấy chán nản vì không có những điều đó. Ngày Chúa Nhật thì thanh thản, còn ngày thứ Hai thì khốn khổ vì bạn tưởng mình là con quay có thể đến trước mặt Đức Chúa Trời tùy vào việc làm hoặc cảm xúc của *bạn*. "Chúa yêu tôi; Chúa không yêu tôi". Vòng lẩn quẩn ấy xảy ra khi sự tự tin của chúng ta tùy thuộc vào bản thân.

Người tin Chúa được công bình không dựa vào lòng mộ đạo của họ. Chúa Jêsus phán rằng: *"Vì ta sống* thì các ngươi cũng sẽ sống" (Giăng 14:19). Nếu tôi thuộc về Đấng Christ, thì sự công bình và sự sống của Ngài thuộc về tôi. Tất cả Cơ Đốc nhân, dù yếu đuối đến đâu, có thể mạnh dạn thắt lưng bằng mấy lời chắc chắn của Charles Wesley sau đây:

> Tôi không sợ bị định tội nữa;
> Chúa Jêsus là của tôi rồi;
> Sống trong Ngài là Đầu sự sống
> Mặc công bình của Đấng hằng sống,
> Tôi dạn dĩ đến ngôi đời đời,

Xin mão miệng, nhờ Christ, Chúa tôi.

Tôi đã quỳ xuống ở trước mặt Đức Chúa Trời lần đầu tiên trong đời. Tôi không biết phải nói gì, nhưng đó là lần đầu tiên tôi nhận ra Đức Chúa Trời yêu tôi và Chúa vẫn chờ đợi tôi.

Tôi khóc. "Chúa ơi, con chẳng có gì cả. Con chẳng là gì cả. Con không biết đọc. Con không biết viết". Sự thiếu hụt đã bóp nghẹt tôi. "Cha mẹ không muốn có tôi. Chúa ơi, hãy đem con đi. Con xin lỗi Ngài vì những điều xấu xa mà con đã làm. Lạy Chúa Jêsus, xin tha thứ cho con và hãy đem con đi ngay bây giờ".

Ngay lập tức, tôi cảm thấy gánh nặng không còn ở trên lưng của mình nữa. Có một sự bình an và nhẹ nhàng vô cùng. Tôi kinh ngạc trước niềm vui đầy dẫy ở trong lòng mình. Tôi là một đứa trẻ bị bỏ rơi trong số hàng triệu người ở châu Phi, nhưng Chúa Jêsus đã tìm thấy tôi. ... Tôi thấy mình là một tạo vật mới. Không còn đời sống cũ và nỗi sợ nữa, mọi thứ bây giờ đã trở nên mới. Tôi nhận biết Đức Chúa Trời khác với cách đây hai mươi bốn giờ đồng hồ – khi tôi còn nhặt chai nhựa dùng làm bom xăng.

Stephen Lungu với Anne Coomes

Ra khỏi Bóng tối: Sự biến đổi kỳ diệu của Stephen Lungu

CÂU HỎI SUY GẪM

1. Việc nhận ra mình được đồng chết và đồng sống với Đấng Christ sẽ tác động đến thân phận của người tin Chúa ở trong quá khứ và hiện tại như thế nào?

2. Sự xưng công bình và sự sống lại của Đấng Christ quan trọng với người tin Chúa như thế nào?

3. Câu chuyện về Gia-cốp mà John Calvin đã dùng minh họa ý tưởng về việc mặc lấy sự công bình của Đấng Christ như thế nào?

4. Khái niệm sự công bình của Đấng Christ được ban cho người tin Chúa bị phản đối như thế nào? Chương này giải quyết những phản đối ấy ra sao?

5. Thấu hiểu sự xưng công bình bởi đức tin nơi Đấng Christ, không phải bởi sự tự tin, mang lại sự ổn định về mặt cảm xúc và thuộc linh cho người tin Chúa như thế nào?

CHƯƠNG 4
SỰ HOÁN ĐỔI NGOẠN MỤC

Làm thế nào một cô gái mại dâm lại trở thành một hoàng hậu? Có lẽ là một câu chuyện hư cấu – chắc không xảy ra trong đời thực đâu phải không?

Khi Luther bắt đầu giải thích về sự xưng công bình mà ông đã tìm thấy trong Kinh Thánh, ông đã thuật lại bức tranh tổng quát của Kinh Thánh về mối liên hệ vợ chồng giữa Đấng Christ và Hội thánh của Ngài (Ê-sai 61:10– 62:5; Khải huyền 19:6–8). Một đức vua (đại diện cho Chúa Jêsus) cưới một cô gái nghèo đang mắc nợ – thật ra là một cô gái mại dâm (đại diện cho chúng ta). Khoản nợ của cô ta quá lớn không thể trả nổi, cô ấy không thể trở thành hoàng hậu bằng cách làm việc chăm chỉ được. Nhưng vì yêu nên đức vua đã theo đuổi nàng, cô ta nói với đức vua trong ngày thành hôn rằng: "Em trao cho anh những gì em có, em chia sẻ với anh những gì em có!" Vậy, cô ta chia sẻ với đức vua tất cả nợ nần và xấu hổ. Rồi đức vua nói với cô ấy rằng:

"Anh trao cho em những gì anh có, anh chia sẻ với em những gì anh có!" Qua mấy lời như vậy, đức vua đã thuộc về cô ta, cùng với hết thảy của cải và vương quốc.

Chỉ bằng một lời nói, cô gái mại dâm đã trở thành một hoàng hậu.

Đó là một hôn nhân có sự hoán đổi ngoạn mục, hoặc là một sự trao đổi đầy vui mừng, của Phúc Âm. Đấng Christ là Chàng rể yêu dấu đã gánh hết tội lỗi của chúng ta, sự chết và sự đoán xét, ở trên thập tự giá, rồi nhận chìm tất cả trong huyết của Ngài. Chúa đã ban cho chúng ta sự công bình của Ngài, địa vị phước hạnh và yêu thương ở trước mặt Cha của Ngài. Vì thế, Luther nói rằng, tội nhân có thể tự tin bày tỏ "tội lỗi của nàng ở trước mặt sự chết và địa ngục rằng: 'Nếu tôi phạm tội, thì Đấng Christ của tôi, là Đấng mà tôi tin, không hề phạm tội, và tất cả điều chi của Ngài đều thuộc về tôi và tất cả điều chi của tôi đều thuộc về Ngài'".

Câu chuyện này chỉnh đốn lại sự hiểu biết sai lầm cho rằng đức tin là công việc duy nhất mà chúng ta phải "làm" – thậm chí phải làm việc chăm chỉ – để được cứu. Nếu vậy thì chúng ta sẽ phải tra xét xem mình "đang" có đủ đức tin chăng. Tốt hơn là hãy mô tả sự hoán đổi này giống như "sự xưng công bình bởi lời Chúa" thay vì "sự xưng công bình bởi đức tin", vì chính lời Chúa mới xưng công bình, chứ không phải đức tin của chúng ta đâu. Chúng ta không cần hỏi rằng: "Tôi có đủ đức tin chưa?" Đức tin chỉ đơn giản là tiếp nhận, chấp nhận, tin cậy Đấng Christ – và có Chúa là đủ rồi.

Chúng ta cũng thấy khi nghi ngờ về địa vị của mình ở trước mặt Đức Chúa Trời, chúng ta không cần phải tra xét bản thân xem mình có sống công bình chăng, vì sự công bình của chúng ta *ở bên ngoài* chúng ta, giống như mặc đồ vậy. Qua lời thề trong ngày thành hôn của nàng dâu, cô gái mại dâm thấy địa vị của mình đã thay đổi. Nàng đã trở thành hoàng hậu. Địa vị ấy không hề tùy thuộc vào sự thay đổi tâm tánh ở trong lòng của nàng, cô ấy không trở thành hoàng hậu vì có những biểu hiện giống như hoàng hậu.

Cũng vậy đối với người tin Chúa: nàng sẽ trở nên giống như Đấng Christ qua thời gian, nhưng không hề trở nên công bình hơn. Vì Đức Chúa Trời đã tuyên bố rồi, nên nàng nhận được sự công bình của Đấng Christ, chứ không phải nhờ sự cải thiện bản thân của nàng đâu. Nàng vẫn là một tội nhân và tiếp tục vấp ngã và đi lạc, nhưng nàng đã có *địa vị* công bình từ Chàng rể hoàn hảo của mình. Nàng vừa có tội vừa có sự công bình – có tội ở *trong lòng* và *có địa vị* công bình nhờ sự công bình của Đấng Christ. Như vậy, vì hết thảy tội lỗi vẫn còn ở trong lòng và trong đời sống của chúng ta, nên khi chúng ta là những kẻ tin cậy Đấng Christ không thể bị định tội mà không có Đấng Christ bị định tội với chúng ta. Tất cả của Ngài đều thuộc về chúng ta.

Truyền đạo Richard Sibbes tốt bụng đã nói rằng:

Tôi thường nghĩ: Tôi là ai? Một tội nhân đáng thương; nhưng tôi có sự công bình ở trong Đấng Christ đã trả lời cho tất cả. Tôi là kẻ yếu đuối, còn Đấng Christ là mạnh nhất, tôi được mạnh mẽ ở trong Ngài. Tôi là kẻ ngu dại, nhưng tôi được khôn ngoan ở trong Ngài. Điều tôi muốn (còn thiếu) ở trong tôi thì tôi có được ở trong Ngài. Chúa thuộc về tôi, sự công bình của Ngài là của tôi, tức là sự công bình của Đấng Thần nhân. Tôi được mặc lấy sự công bình, tôi đứng cách vững vàng nghịch cùng lương tâm, địa ngục, cơn thịnh nộ và bất cứ điều gì. Dù tôi phải đối diện với tội lỗi của mình mỗi ngày, nhưng sự công bình ở trong Đấng Christ, là Đấng thuộc về tôi, là Đầu của vạn quân, còn nhiều hơn cả tội lỗi ở trong tôi nữa.

Hãy mạnh mẽ ở trong Ngài. Hãy khôn ngoan ở trong Ngài. Hãy yên ninh ở trong Ngài.

"XIỀNG XÍCH KHÔNG CÒN"

Một tài liệu kinh điển trong Cơ Đốc giáo là tác phẩm *Thiên lộ Lịch trình* của John Bunyan.

Một công nhân lành nghề, Bunyan đã quen đi từ làng này sang làng khác cùng với bộ đồ nghề nặng trĩu ở trên lưng. Đây là một hình ảnh tượng trưng cho tội lỗi mà Lữ khách phải mang trên lưng mình (cho đến khi đến với thập tự giá thì tội lỗi "mới rớt khỏi vai của anh" khiến anh thấy nhẹ nhõm).

Khi còn trẻ, Bunyan không khác gì Martin Luther:

tuyệt vọng trong tội lỗi, sợ "Đấng Christ không thay thứ" cho mình. Ông cũng khám phá ra điều tương tự như Luther:

> Nhưng đến một ngày nọ, khi tôi đi ngang qua cánh đồng, tôi bị lương tâm cáo trách, cảm thấy bất ổn, đột nhiên câu này chạm đến linh hồn của tôi: "Sự công bình của ngươi ở trên trời"; tôi đã thấy, bằng con mắt của lòng mình, Đức Chúa Jêsus Christ ở bên hữu của Đức Chúa Trời; tôi nói đó là sự công bình của tôi; hầu cho tôi ở đâu, hoặc tôi làm gì, Đức Chúa Trời không phán cùng tôi rằng: "Ngươi không có sự công bình của ta", vì điều đó đang ở trước mặt Ngài.

Nói cách khác, ông thấy cho dù mình có là người tốt hay không cũng không quan trọng. Cảm thấy tốt hoặc cảm thấy tồi tệ,

> sự công bình của tôi là Đức Chúa Jêsus Christ, là Đấng hôm qua, hôm nay và mãi mãi không hề thay đổi. Bây giờ, xiềng xích không còn buộc trói chân tôi nữa, tôi được tự do khỏi đau khổ và song sắt . . . giờ đây tôi vui mừng đi về nhà, vì ân điển và tình yêu thương của Đức Chúa Trời.

CÂU HỎI SUY GẪM

1. Câu chuyện hôn nhân của Luther minh họa cho sự xưng công bình và mối liên hệ của người tin Chúa với Đấng Christ như thế nào?
2. Quan điểm về việc đức tin phải có việc làm để được cứu rỗi có nghĩa là gì?
3. Câu chuyện về cô gái mại dâm trở thành hoàng hậu giải thích cho khái niệm "sự xưng công bình bởi Lời Đức Chúa Trời", chứ không phải bởi đức tin hoặc nỗ lực của người tin Chúa, như thế nào?
4. Mối liên hệ giữa tâm tánh của người tin Chúa được tăng trưởng và địa vị công bình của họ ở trong Đấng Christ là gì?
5. Lời khuyên của Richard Sibbes mang lại sự yên ủi cho người tin Chúa đang chiến đấu với tội lỗi và cảm giác thiếu sót như thế nào?

CHƯƠNG 5
ĐÚNG, NHƯNG . . . CHÚNG TA GIẢI THÍCH VIỆC LÀM VÀ ĐỨC TIN NHƯ THẾ NÀO?

Chúng ta hãy suy xét một vài trở ngại thường cướp mất niềm vui khỏi Tin lành này. Đầu tiên là một trở ngại từ chính Kinh Thánh, ở trong thư tín của Gia-cơ:

> Hỡi anh em, nếu ai nói mình có đức tin, song không có việc làm, thì ích chi chăng? Đức tin đó cứu người ấy được chăng? Ví thử có anh em hoặc chị em nào không quần áo mặc, thiếu của ăn uống hằng ngày, mà một kẻ trong anh em nói với họ rằng: Hãy đi cho bình an, hãy sưởi cho ấm và ăn cho no, nhưng không cho họ đồ cần dùng về phần xác, thì có ích gì chăng? Về đức tin, cũng một lẽ ấy; nếu đức tin không sanh ra việc làm, thì tự mình nó chết.
>
> Hoặc có kẻ nói: Ngươi có đức tin, còn ta có việc làm. Hãy chỉ cho ta đức tin của ngươi không có việc làm, rồi ta sẽ chỉ cho ngươi đức tin bởi việc làm của ta. Ngươi tin rằng chỉ có một Đức Chúa Trời mà thôi, ngươi tin phải;

ma quỉ cũng tin như vậy và run sợ. Nhưng, hỡi người vô tri kia, ngươi muốn biết chắc rằng đức tin không có việc làm là vô ích chăng? Áp-ra-ham, tổ phụ chúng ta, khi dâng con mình là Y-sác trên bàn thờ, há chẳng từng cậy việc làm được xưng công bình hay sao? Thế thì, ngươi thấy đức tin đồng công với việc làm, và nhờ việc làm mà đức tin được trọn vẹn. Vậy được ứng nghiệm lời Kinh thánh rằng: Áp-ra-ham tin Đức Chúa Trời, và điều đó kể là công bình cho người; và người được gọi là bạn Đức Chúa Trời.

Nhân đó anh em biết người ta cậy việc làm được xưng công bình, chớ chẳng những là cậy đức tin mà thôi. Đồng một thể ấy, kỵ nữ Ra-háp tiếp rước các sứ giả và khiến họ noi đường khác mà đi, người há chẳng phải cậy việc làm mà được xưng công bình sao? Vả, xác chẳng có hồn thì chết, đức tin không có việc làm cũng chết như vậy. (Gia-cơ 2:14–26)

Thoạt nhìn có vẻ như Gia-cơ đang nói khác với những điều chúng ta đã thấy sứ đồ Phao-lô dạy! Nhưng hãy nhìn kỹ vào lập luận của Gia-cơ, cùng những chỗ khó hiểu.

Gia-cơ có hai sự kiện từ cuộc đời của Áp-ra-ham: đầu tiên là Sáng thế ký 15, thứ hai là Sáng thế ký 22. Trong Sáng thế ký 15:6 (tham khảo c.23), "Áp-ram tin Đức Giê-hô-va, thì Ngài kể sự đó là công bình cho người". Đây là phân đoạn mà sứ đồ Phao-lô cũng đề cập trong Rô-ma 4 để làm rõ luận điểm của ông về việc chúng ta được xưng công bình chỉ bởi đức tin. Sau đó, trong Sáng thế ký 22, nhiều thập kỷ sau khi được kể là công bình, Áp-ra-ham đã làm theo mạng lệnh của Đức Chúa Trời dâng con trai của mình là Y-sác ở trên bàn thờ (c.21 ở trên).

Ý của Gia-cơ là muốn chú ý vào hai phân đoạn này: trong Sáng thế ký 22, Áp-ra-ham, được kể là công bình ở trong Sáng thế ký 15, được xưng là công bình, giống như đức tin của ông ở trong Sáng thế ký 15 là đức tin sống. Chính trong ý nghĩa đó mà ông được "xưng công bình" bởi việc làm. Gia-cơ không hề cho rằng sự xưng công bình là một tiến trình tăng trưởng trong sự thánh khiết hoặc sự công bình. Đó là một hành động của Áp-ra-ham và đức tin của ông. Việc làm của Áp-ra-ham trong Sáng thế ký 22 không thể đóng góp vào sự công bình đã được kể cho ông ở trong Sáng thế ký 15; nhưng chúng đã chứng tỏ đức tin thật của ông.

Đây là cách giải thích duy nhất cho lập luận của Gia-cơ. Sau cùng, Gia-cơ lập luận rằng "đức tin" chỉ công nhận một vài chân lý (c.19) là đức tin chết không thể cứu rỗi (c.17, 26). Đức tin sống là hết lòng tin cậy vào Đấng Christ sẽ được bày tỏ bằng sự kính mến Đức Chúa Trời, một cuộc đời được biến đổi và có những việc lành – giống như đức tin của Áp-ra-ham, được bày tỏ trong Sáng thế ký 15, đã chứng tỏ là đức tin sống bởi việc làm trong Sáng thế ký 22.

Kẻ nào tin cậy Chúa, như Áp-ra-ham đã làm trong Sáng thế ký 15, sẽ – giống như ông – được xưng công bình chỉ bởi đức tin. Nhưng đức tin sống động sẽ luôn có kết quả bằng việc lành. Chỉ có bởi đức tin mới được xưng công bình, nhưng đức tin được xưng công bình không hề đứng một mình (c.22).

CÂU HỎI SUY GẪM

1. Lập luận của Gia-cơ về đức tin và việc làm trong thư tín của ông khác với sự dạy dỗ của sứ đồ Phao-lô về sự xưng công bình chỉ bởi đức tin như thế nào?

2. Hai sự kiện quan trọng ở trong cuộc đời của Áp-ra-ham mà Gia-cơ đã trích dẫn là gì? Chúng liên quan đến lập luận của ông về đức tin và việc làm như thế nào?

3. Quan điểm của Gia-cơ về việc "được xưng công bình bởi việc làm" liên quan đến khái niệm chứng tỏ đức tin thật như thế nào?

4. Sự khác biệt mà Gia-cơ đưa ra giữa "đức tin chết" và "đức tin sống" là gì? Điều này chi phối toàn bộ sứ điệp của ông như thế nào?

5. Lời phát biểu "Chỉ có bởi đức tin mới được xưng công bình, nhưng đức tin được xưng công bình không hề đứng một mình" có nghĩa là gì theo quan điểm của Gia-cơ và sứ đồ Phao-lô về đức tin và việc làm?

CHƯƠNG 6
ĐÚNG, NHƯNG . . . CHÚNG TA CÓ THỂ MIỆT MÀI TRONG TỘI LỖI CHĂNG?

Một điều khác nữa liên quan đến sự xưng công bình đó là điều này có thể làm suy yếu những lời kêu gọi hướng đến sự thánh khiết ở trong Kinh Thánh. Chúng ta thích phạm tội. Đức Chúa Trời thích tha thứ. Vì sao phải sống thánh khiết làm gì nếu sự cứu rỗi là sự ban cho chứ không phải đạt được bởi việc lành? Nếu thiên quốc là miễn phí, thì có phải Cơ Đốc nhân "cứ ở trong tội lỗi, hầu cho ân điển được dư dật" (Rom. 6:1) sao?

Nhưng đó không phải là những điều chúng ta đã thấy. Đức Chúa Trời không có hàng đống sự công bình hoặc sự cứu rỗi rơi xuống từ trời cho chúng ta đâu. Nếu đó là cách để được xưng công bình, thì đúng là chúng ta có thể tiếp nhận sự ban cho ấy và sống với tội lỗi. Thay vì thế, Đức Chúa Trời ban cho chúng ta Con Ngài, là Đức Chúa Jêsus Christ. Trong Ngài – được mặc lấy ở trong Ngài – chúng ta có sự công bình của Đấng Christ. Đó là lý do duy nhất vì sao chúng ta có sự công bình của Ngài: vì chúng ta có *Ngài*. Luther đã viết rằng: "Bởi đức tin nơi Đấng Christ, sự công bình của Đấng Christ trở thành của sự công bình của chúng ta, còn tất cả của Ngài đều thuộc về chúng ta; *hơn nữa, chính Ngài* là của chúng ta".

Hãy nghĩ đến cô gái mại dâm đã cưới đức vua. Đúng vậy, cô ta đã có được vương quốc, nhưng cô ấy đã cưới đức vua để sống với *ông ta*. Cũng vậy, người tin Chúa đến với Đấng Christ để tiếp nhận *Ngài* – không phải, đầu tiên và trước hết, để được thiên quốc, sự công bình, sự sống, hoặc bất kỳ phước hạnh nào đó, nhưng để được Đấng Christ, nhờ Ngài mà chúng ta tìm thấy những phước hạnh khác. Hãy thử nghĩ tới sứ đồ Phao-lô, là người đã viết rất nhiều về việc được cứu chỉ bởi ân điển: khi viết cho các tín hữu ở Phi-líp, ông cho biết mình muốn "đi ở" không phải "trong thiên quốc" mà "với Đấng Christ" (Phi-líp 1:23). Đối với ông, Đấng Christ là sức hút lớn nhất của thiên quốc.

Cũng như cô gái bị mắc nợ học cách làm hoàng hậu khi cô ấy sống với đức vua, thì người tin Chúa được biến đổi khi nhận biết và sống với Đấng Christ. Người nào mặc lấy sự công bình của Đấng Christ thì được đầy dẫy Thánh linh của Đấng Christ. Bạn không thể mặc lấy sự công bình của Đấng Christ mà không hiệp một với Đấng Christ, là Đấng sẽ biến đổi bạn trở nên giống như ảnh tượng của Ngài. Chúa là sự cứu rỗi: *trong* Ngài có mọi sự công bình, *biết* Ngài là trọng tâm của sự thánh khiết.

Nói cách khác, được cứu chỉ bởi *ân điển* đơn giản là một cách nói khác đi của việc được cứu chỉ bởi *Đấng*

Christ. Không có ân điển hoặc sự cứu rỗi hoặc sự công bình nào cả mà không có Ngài. Do đó, sự biến đổi của ân điển, như sứ đồ Phao-lô đã dạy rằng:

> Vả, *ân điển Đức Chúa Trời* hay cứu mọi người, đã được bày tỏ ra rồi. Ân ấy *dạy* chúng ta chừa bỏ sự không tin kính và tình dục thế gian, phải sống ở đời nầy theo tiết độ, công bình, nhân đức, đương chờ đợi sự trông cậy hạnh phước của chúng ta, và sự hiện ra của sự vinh hiển Đức Chúa Trời lớn và Cứu Chúa chúng ta, là Đức Chúa Jêsus Christ, *là Đấng liều mình* vì chúng ta, để *chuộc chúng ta khỏi mọi tội* và làm cho sạch, đặng lấy chúng ta làm một dân thuộc riêng về Ngài, là dân có lòng sốt sắng về các việc lành. (Tít 2:11–14)

Hãy ngợi khen Đức Chúa Trời vì ân điển diệu kỳ này!

CÂU HỎI SUY GẪM

1. Mối nguy hiểm của sự xưng công bình chỉ bởi ân điển đối với vấn đề sống thánh khiết như thế nào?

2. Người tin Chúa tiếp nhận Đấng Christ, chứ không chỉ các sự ban cho của Ngài, khi họ được xưng công bình có nghĩa là gì?

3. Câu chuyện về cô gái mại dâm kết hôn với đức vua minh họa quyền phép biến đổi khi sống với Đấng Christ như thế nào?

4. Lời dạy dỗ của sứ đồ Phao-lô trong Tít 2:11-14 liên kết ân điển của Đức Chúa Trời với đời sống tin kính như thế nào?

5. Việc hiểu thấu vấn đề "được cứu chỉ bởi ân điển" như là "được cứu chỉ bởi Đấng Christ" chi phối góc nhìn về sự thánh khiết trong Cơ Đốc giáo như thế nào?

CHƯƠNG 7
ĐÚNG, NHƯNG . . . TÔI CÓ THỂ BIẾT CHẮC SAO?

Khi đọc đến chỗ này, bạn có thể nói chắc chắn rằng mình đã có sự sống đời đời chăng? Hay là bạn vẫn đang tìm kiếm sự cứu rỗi chắc chắn?

Đáng buồn thay, rất nhiều Cơ Đốc nhân không biết chắc rằng mình có sự sống đời đời. Nhưng sứ đồ Giăng nói rõ rằng: "a đã viết những điều nầy cho các con, hầu cho các con *biết* mình có sự sống đời đời, là kẻ nào tin đến danh Con Đức Chúa Trời" (1 Giăng 5:13).

Bây giờ, chúng ta không thể chỉ biết rằng mình có sự sống đời đời nếu sự sống ấy tùy thuộc vào biểu hiện hoặc cảm giác có sự trung tín của chúng ta. Nhưng toàn bộ Tân Ước cho rằng người tin Chúa có được sự đảm bảo này. Sứ đồ Phao-lô viết cho người Phi-líp rằng: "Hãy vui mừng trong Chúa luôn luôn. Tôi lại còn nói nữa: hãy vui mừng đi" (Phi-líp 4:4). Nhưng làm sao vui mừng được trong khi tôi không có sự đảm bảo ở trong Chúa và không chắc chắn về địa vị của mình ở trước mặt Ngài? Chúa Jêsus phán rằng: "...hãy mừng vì tên các ngươi đã ghi trên thiên đàng" (Lu-ca 10:20). Một lần nữa, làm tôi biết chắc được, trừ khi tôi biết tên mình *được viết* ở trong thiên quốc đây? Tất cả những điều Tân Ước nói về sự trông cậy của sự sống lại – tôi sẽ được yên ủi như thế nào nếu như không biết mình sẽ *được sống lại* với Đấng Christ?

Sự xưng công bình chỉ bởi đức tin mở cửa cho sự yên ủi và sự vui mừng. Nếu sự công bình của tôi ở trước mặt Đức Chúa Trời tùy thuộc vào tôi và biểu hiện của tôi, thì tôi sẽ thấy lo lắng và khổ sở. Đức Chúa Trời nghịch cùng tôi phải không? Tôi có bị cách xa Ngài chăng?

Sự lo lắng như thế có thể len lỏi vào trong đời sống cầu nguyện của chúng ta. Nó sẽ quét sạch niềm vui nơi Đức Chúa Trời. Chỉ nhìn thấy nan đề của mình trong khi mọi người đều có vẻ ổn thỏa sẽ khiến bạn muốn bỏ nhóm và không mở Kinh Thánh ra đọc nữa.

Nếu bạn biết cảm giác ấy như thế nào, thì đây là lời khuyên của Luther dành cho một người bạn của ông cũng đã trăn trở với sự cứu rỗi chắc chắn như sau:

Khi ma quỷ phơi bày tội lỗi ra trước mặt chúng ta và tuyên bố chúng ta đáng chết và đáng bị quẳng vào địa ngục, thì chúng ta hãy nói rằng: "Tôi thừa nhận mình là kẻ đáng chết và đáng bị quẳng vào địa ngục. Vậy thì sao chứ? Có phải tôi sẽ bị định tội đến đời đời chăng? Không hề. Vì tôi biết Đấng đã chịu khổ và gánh thay hết thảy mọi sự cho tôi rồi. Danh Ngài là Đức Chúa Jêsus Christ, Con Đức Chúa Trời. Chú ở đâu thì tôi cũng sẽ ở đó".

Đây là lý do vì sao sự xưng công bình là một chân lý ngọt ngào mà chúng ta có thể bám chặt vào. Tức là chúng ta, dẫu biết mình xấu xa và dơ dáy, có thể đến gần Đức Chúa Trời thánh khiết bằng sự thành thật tuyệt đối về thất bại của mình và dạn dĩ cách tuyệt đối vì có Đấng Christ. Thật khó để vừa có sự thành thật vừa có sự dạn dĩ ở trước mặt Đức Chúa Trời, nhưng đó là những điều sự xưng công bình chỉ bởi đức tin đã ban cho chúng ta.

Vì tội nhân hay sa ngã đã tin Chúa được tuyên bố là công bình ở trong Đấng Christ, chúng ta không đặt lòng tin quyết vào bản thân mình. Sự tin quyết của chúng ta có thể yên nghỉ nơi Đấng Christ và sự công bình *của Ngài*. Không có tội lỗi nào lớn hơn huyết của Chiên Con này, còn người tin Chúa được mặc lấy điều đó ở trong Ngài. Ngày phán xét không còn là ngày để chúng ta sợ hãi nữa, vì đó là ngày của Chúa Jêsus, là bạn hữu đã ban cho chúng ta sự công bình của Ngài. Sự yên ủi dành cho ai tiếp nhận Tin lành này đã được chép ở trong Giáo lý Vấn đáp Heidelberg:

Câu hỏi: Bạn được yên ủi như thế nào khi Đấng Christ trở lại để xét đoán kẻ sống và kẻ chết?

Giải đáp: Trong sự buồn khổ và bị bắt bớ, tôi ngước đầu lên và trông đợi sự phán xét của Đấng đến từ trời đã quy phục dưới sự phán xét của Đức Chúa Trời thay cho tôi, Chúa đã cất hết mọi sự rủa sả khỏi tôi.

Sự rủa sả đã được cất bỏ. Chúng ta có thể vui hưởng sự cứu rỗi chắc chắn.

Sự tin quyết của người truyền đạo đã thuyết phục Frances phải lắng nghe và hết sức tập trung. Đức Thánh Linh đã, nhiều tháng qua, đánh động tấm lòng của bà bằng chân lý từ Lời Chúa. Vào nửa đêm, khi 1953 ló dạng, người phụ nữ trẻ tuổi đã gặp gỡ Đấng Christ hằng sống. Khi buổi nhóm kết thúc, mục sư đã kêu gọi người nào muốn cầu nguyện ăn năn, tiếp nhận Đấng Christ, thì hãy ở lại để tìm hiểu thêm về đời sống Cơ Đốc...

Khi mô tả đêm hôm đó sau sáu mươi năm, bà Frances đã nói rằng: "Sự hiện diện của Đấng Christ thật mạnh mẽ ... tôi đi về cùng với cảm nhận rất mạnh mẽ về sự đồng hành của Ngài".

Julia Cameron
Tay hữu của John Stott: Chuyện chưa kể về Frances Whitehead

CÂU HỎI SUY GẪM

1. Làm thế nào chúng ta biết mình có sự sống đời đời theo 1 Giăng 5:13?

2. Việc làm hoặc cảm xúc đóng vai trò như thế nào trong sự cứu rỗi chắc chắn?

3. Việc thấu hiểu sự xưng công bình chỉ bởi đức

tin chi phối niềm vui và sự yên ủi của chúng ta như thế nào?

4. Sự lo lắng ảnh hưởng đến đời sống thuộc linh và lối sống của chúng ta như thế nào?

5. Khi biết Đấng Christ đã cất bỏ sự rủa sả sẽ chi phối lòng tin quyết của chúng ta ở trước mặt Đức Chúa Trời như thế nào?

CHƯƠNG 8
"HA-LÊ-LU-GIA! CỨU CHÚA TUYỆT VỜI!"

"Chúng ta yêu, vì Chúa đã yêu chúng ta trước" – 1 Giăng 4:19

Sự thật đơn giản là, bạn sẽ không kính mến Đức Chúa Trời trừ khi biết rằng Chúa đã yêu bạn trước. Bạn sẽ không kính mến Ngài trừ khi biết rằng bạn có thể sống trong Ngài. Do đó, sự xưng công bình chỉ bởi đức tin là nền tảng cho đời sống Cơ Đốc vững mạnh. Không có điều này thì bạn không thể sống cuộc đời Cơ Đốc hoặc không có niềm vui và sự tin kính ở trước mặt Đức Chúa Trời.

Chỉ khi nào bạn thấy Đức Chúa Trời là Đấng giàu lòng thương xót và chứng kiến Ngài đối xử với bạn bằng sự nhân từ, chứ không phải tùy vào biểu hiện của bạn, thì tấm lòng của bạn mới yên nghỉ ở trong Ngài. Vậy, sự xưng công bình bắt đầu một dãy bánh vụn của ân điển, dẫn chúng ta đi từ sự tha thứ ở trong Phúc Âm đến với Đức Chúa Trời là Đấng tha thứ và Tác giả của Phúc Âm. Sự xưng công bình chỉ về Đức Chúa Trời. Trong khi cảm tạ Đức Chúa Trời vì ân điển của Ngài đã ban cho chúng ta, thì chúng ta cũng bắt đầu ngợi khen Chúa và lấy làm vui mừng ở trong Ngài vì Chúa là Đấng giàu ân điển, nhân từ và đầy lòng thương xót.

Không hiểu sự xưng công bình, thì chúng ta sẽ cho rằng Đức Chúa Trời là Đấng nghiêm khắc, chỉ đón nhận những kẻ biết sống đàng hoàng. Trên đời này có thể có một Đức Chúa Trời như thế, nhưng Chúa sẽ không dễ chinh phục tấm lòng của chúng ta đâu. Còn trong chân lý này, chúng ta thấy Đức Chúa Trời là Đấng đã yêu kẻ thất bại trước. Giống như Martin Luther đã viết rằng:

> Tình yêu thương của Đức Chúa Trời không tìm kiếm, mà tạo ra, những điều đẹp lòng Ngài ... Tình yêu thương của Đức Chúa Trời đã yêu tội nhân, kẻ ác, kẻ dại và kẻ yếu đuối để khiến họ trở nên công bình, tốt đẹp, khôn ngoan và mạnh mẽ. Thay vì đòi hỏi điều tốt đẹp, tình yêu thương của Đức Chúa Trời đã tuôn đổ và ban phán điều tốt lành. Do đó, tội nhân trở nên hấp dẫn vì họ được yêu; họ không được yêu vì họ có sự hấp dẫn đâu.

Martin Luther đã từng nói rằng ông rất ghét một Đức Chúa Trời cáu kỉnh mà ông đã tưởng là có thật. Nhưng ông đã gặp được một Đức Chúa Trời giàu lòng nhân từ đến nỗi chúng ta chỉ muốn quỳ xuống cách vui sướng ở trước mặt Ngài.

Mau đến ngay, người thiếu thốn, ngặt nghèo
Thương, đau, yếu, bệnh không ai chữa;
Jêsus đang chờ cứu rỗi người tội,
Thương xót, yêu thương và quyền năng.

Mau đến ngay, người đói khát công bình,
Ngài hằng ban mọi điều chan chứa;
Hãy đến tin Ngài, hãy sớm quay về,
Ân điển đem người tội gần Cha.

Mau đến ngay, đừng nấn ná, chần chừ,
Đừng chờ mong ngày lành tháng tốt;
Không có yêu cầu khó quá cho người,
Hãy đến ngay khi cần Ngài thôi.

Mau đến ngay, người mỏi gánh nặng nề,
Lạc đường, tuyệt vọng trong tội lỗi;
Nếu vẫn do dự, nếu vẫn cứng lòng,
Thì ai sẽ được vào thiên quốc.

Tôi sẽ đến gần bên Chúa Jêsus!
Ngài sẽ cứu tôi khỏi gian ác.
Cứu Chúa đã chịu chết thế tôi rồi,
Vui sướng thay được ở trong Cha.

— Joseph Hart, 1759

CÂU HỎI SUY GẪM

1. Thấu hiểu tình yêu thương của Đức Chúa Trời chi phối tình yêu của chúng ta dành cho Ngài như thế nào?

2. Sự xưng công bình chỉ bởi đức tin làm nền tảng cho đời sống Cơ Đốc như thế nào?

3. Sự nhân từ và sự thương xót của Đức Chúa Trời ảnh hưởng đến mối liên hệ của chúng ta với Ngài như thế nào?

4. Hiểu sai sự xưng công bình sẽ chi phối góc nhìn của chúng ta về Đức Chúa Trời như thế nào?

5. Góc nhìn của Martin Luther về tình yêu thương của Đức Chúa Trời là gì khi ông cho biết cách chúng ta đối diện với sự thất bại của mình và nhu cầu cần có ân điển?

TÀI LIỆU THAM KHẢO

"171. Thomas Bilney". Trong quyển *Công vụ và những tượng đài của Hội thánh* của John Foxe. Chuyển ngữ và biên soạn bởi Josiah Pratt và John Stoughton. Luân Đôn: Hội Truyền đơn Cơ Đốc, 1877.

Philip C. Bliss. "'Thống khổ nhân', Danh lạ lùng", 1875.

John Bunyan, *Thiên lộ Lịch trình*. Auburn: Derby và Miller; Buffalo: Geo. H. Derby & Co., 1853.

_____ *Ân điển dư dật cho tội nhân đáng chết nhất*. Trong *Các tác phẩm của John Bunyan*. Quyển 1, *Kinh nghiệm, Giáo lý và Thực tiễn*. Biên soạn bởi George Offor. Edinburgh: Banner of Truth, 1991.

John Calvin, *Dẫn nhập Cơ Đốc giáo*. Biên soạn bởi John T. MacNeill. Chuyển ngữ bởi Ford Lewis Battles. Philadelphia: Westminster Press, 1960.

Martin Luther, "Lời tựa cho Ấn bản hoàn chỉnh Các tác phẩm tiếng Latinh của Luther". Trong *Các tác phẩm của Luther*. Quyển 34, *Sự nghiệp của nhà Cải Chánh IV*. Biên soạn bởi Lewis William Spitz và Helmut T. Lehmann. Philadelphia: Fortress; St. Louis, MO: Concordia, 1960.

_____ *Sự tự do Cơ Đốc; Tranh luận Heidelberg; Hai loại Công bình*. Trong *Các tác phẩm của Luther*. Quyển 31, *Sự nghiệp của nhà Cải Chánh I*. Biên soạn bởi Lewis William Spitz và Helmut T. Lehmann. Philadelphia: Fortress; St. Louis, MO: Concordia, 1960.

_____ "Thư gửi Jerome Weller". Trong quyển *Thư Cố vấn Thuộc linh* của *Luther*. *Chuyển ngữ và biên soạn bởi* Theodore G. Tappert. Philadelphia: Westminster Press, 1955, 2006.

Richard Sibbes, *Các tác phẩm hoàn chỉnh của Richard Sibbes*. Quyển 2. Biên soạn bởi Alexander B. Grosart. Edinburgh: Nichol, 1862.

William Tyndale, *Đường dẫn đến Kinh Thánh*. Trong Những tác phẩm của Các nhà Cải Chánh Anh quốc: *William Tyndale và John Frith*. Quyển 2. Biên soạn bởi Thomas Russell. Luân Đôn: Palmer, 1831.

Charles Wesley, "Tôi có thể được ích lợi chăng?" 1738.

TÁC GIẢ

 **Michael Reeves** (Ts, Đại học King, Luân Đôn) là chủ tịch và giáo sư thần học tại Trường Thần học Union ở Bridgend và Oxford, nước Anh. Ông thường dạy các môn về thần học hệ thống và lịch sử, giảng luận và nếp sống thuộc linh. Kênh phát thanh *Vui thích Ba Ngôi* đang được lắng nghe khắp thế giới. Ông là tác giả của một vài tựa sách, trong đó có *Vui thích Ba Ngôi Đức Chúa Trời*; *Run rẩy và Vui mừng* và *Mục vụ Đích thực*. Michael đã kết hôn với Bethan, họ đang sống cùng hai con gái là Lucy và Mia ở Oxfordshire.

MỤC VỤ UNION

Chúng tôi thúc đẩy tinh thần Cải Chánh trong các Hội thánh và đời sống.

Mục vụ Union đầu tư thần học cho thế hệ lãnh đạo tiếp theo để họ nếm biết sự hiểu biết sâu nhiệm về Đức Chúa Trời. Từ sách vở đến tài liệu trực tuyến miễn phí, chúng tôi cam kết sản xuất nguồn tài liệu phong phú sẽ làm tươi tỉnh, biến đổi và tăng trưởng người tin Chúa và Hội thánh của bạn.

Chúng tôi muốn mọi người đều biết, yêu và vui thích Đức Chúa Trời, tôn vinh hiển Ngài ở trong mọi sự. Chính vì lý do đó, chúng tôi đã tập hợp hàng trăm bài viết, các đài phát thanh, các chương sách và phim ảnh miễn phí. Chúng tôi cũng sản xuất một lượng tài nguyên miễn phí như bài viết, âm thanh và phim ảnh để giúp bạn sống trong chân lý, sự nhân từ và sự tốt đẹp của Chúa Jêsus.

Nếu bạn đói khát tài liệu Cải Chánh để giúp bạn vui thích Đức Chúa Trời và tăng trưởng trong Đấng Christ, thì chúng tôi mời bạn đến với trang điện tử unionpublishing.org.

MỤC VỤ TIÊN PHONG

Mục vụ Tiên Phong ra đời với khải tượng "chuyển ngữ và xuất bản tài liệu Cơ Đốc để rao truyền sự vinh hiển của Đức Chúa Trời vì sự vui mừng của người Việt, đặc biệt là qua sự chịu khổ, trong Đức Chúa Jêsus Christ".

Tài liệu Cơ Đốc này không thể thay thế Lời Chúa và những tài liệu của Hội thánh mà quý con cái Chúa đang nhóm lại hàng tuần. Chúng tôi chỉ mong con cái Chúa sử dụng các tài liệu này để bày tỏ Phúc Âm của Đức Chúa Jêsus Christ cho gia đình, người thân, bạn bè và cộng đồng xung quanh.

Nếu bạn muốn biết làm thế nào để dâng hiến, hỗ trợ và nhận tin tức về các tựa sách khác mà Mục vụ Tiên Phong đang chuyển ngữ, xin hãy liên hệ chúng tôi bằng thư điện tử info@tienphong.org hoặc bạn có thể tìm đến trang điện tử www.tienphong.org để tải về và đọc các tài liệu miễn phí.

Chúng tôi chân thành biết ơn các anh chị em con cái Chúa đã tin tưởng hỗ trợ dự án tài liệu Cơ Đốc cho người Việt của Mục vụ Tiên Phong.